जाहीरनामा

नारायण सुर्वे यांची प्रकाशित पुस्तके

काव्यसंग्रह

ऐसा गा मी ब्रह्म

माझे विद्यापीठ

सनद (संपादक : कुसुमाग्रज)

सुर्वे : नारायण सुर्वे याच्या समग्र कविता

जाहीरनामा

नव्या माणसाचे आगमन

गवसलेल्या कविता (संपादक : विजय तापस)

लेखसंग्रह

माणूस, कलावंत आणि समाज

अनुवादित

ऑन द पेव्हमेंट ऑफ लाइफ (इंग्रजी) (अनु.: प्र. श्री. नेरूरकर, कृष्णा चौधरी)

नारायण सुर्वेनी कविता (गुजराती) (अनु.: वसंत जोशी)

मेरा विद्यापीठ (हिंदी) (अनु.: मनोज सोनकर)

नारायण सुर्वेकी कविता (हिंदी) (अनु.: पांडुरंग कापडणीस)

मेरी दरस गाह (उर्दू) (अनु.: रफिया शबनम आबीबी)

नारायण सुर्वे निवडक कविता (कन्नड) (अनु.: ल. रा. पंडित)

नारायण सुर्वे यांनी केलेले अनुवाद

तीन गुंड आणि सात कथा (मूळ लेखक : कृष्णचंद्र)

दादर पुलाखालची मुले (मूळ लेखक : कृष्णचंद्र)

संपादित

दलित काव्यदर्शन

गाणी चळवळीची

कविता श्रमाची

कॉ. डांगे : भारतीय राजकारणातील वादळ

जाहीरनामा

नारायण सुर्वे

पॉप्युलर प्रकाशन, मुंबई

जाहीरनामा
(म–३९०)
पॉप्युलर प्रकाशन
ISBN 978-81-7185-188-1

JAHEERNAMA
(Marathi : Poetry)
Narayan Surve

पहिली आवृत्ती : १९७५/१८९७
दुसरी आवृत्ती : १९९५/१९१६
तिसरी आवृत्ती : २०११/१९३३
दुसरे पुनर्मुद्रण : २०२१/१९४२
तिसरे पुनर्मुद्रण : २०२२/१९४४
चौथे पुनर्मुद्रण : २०२२/१९४४
पाचवे पुनर्मुद्रण : २०२४/१९४६

प्रकाशक
अस्मिता मोहिते
पॉप्युलर प्रकाशन प्रा.लि.
३०१, महालक्ष्मी चेंबर्स
२२, भुलाभाई देसाई रोड
मुंबई ४०० ०२६

मुखपृष्ठ : सुभाष अवचट
मलपृष्ठावरील रेखाचित्र : व्ही.एन. ओके

अक्षरजुळणी
पॉप्युलर प्रकाशन प्रा.लि.
मुंबई ४०० ०२६

मुद्रक

मणिपाल टेक्नोलॉजीज़ लिमिटेड, मणिपाल

प्रा. नरहर कुरुंदकर
आणि
डॉ. एस.एस. भोसले
ह्या सुहृदांना

अनुक्रम

जाहीरनामा

आजच्या नावाने आणि
आजच्या दुःखाच्या नावाने
संथपणे प्रकाशात येत असलेला भू-भाग त्याच्या नावाने

आजच्या सृजनातील गरजेच्या
प्रतीक्षेतील प्रत्येक क्षणाच्या
औषध मागणाऱ्या व्यथांच्या
गोळी लागेल म्हणून धपापून उडणाऱ्या मनामनातील कबुतरांच्या नावाने

टेकला असेल जिथे दिवस
खुले होत असतील नगरांचे बंद दरवाजे
धूत असेल पाऊस डेकसारखे एखादे शहर
घातलीही असेल एखाद्या खेड्यावर बर्फाने चादर
मेणबत्तीच्या मंद उजेडात सांगत असेल म्हातारा फादर
''तो जन्मला आणि एक तेजःपुंज तारा स्थिरावला गौळीवाड्यावर''

उत्तर ध्रुवावरून सरकणारी हिमलाट
पॅरिसचा बाजार गरम असेल
पेंग्विनच्या झुंडीकडे पाहत, काप्रीत
एखादी वक्षावर टेकलीही असेल
टेम्स धपापत उतरत असेल अटलांटिकमध्ये
हॅम्लेट बावरला असेल
हिंदुस्थानच्या दिशेने एखादा टपोर काळाभोर ढग
संथपणे सरकत असेल.

खुंटीवर स्वप्ने टांगून मान मोडून काम करणाऱ्या वास्तवाच्या
पोलाद वितळवून मनासारखा आकार देणाऱ्या झोतभट्ट्यांच्या
चहाच्या मळ्यातील पत्ती खुडून शिणलेल्या दळदार बोटांच्या
भार पेलून मोकळी होऊ पाहणाऱ्या गर्भवती कवितेच्या नावाने
गर्भार गतीच्या नावाने.

पणतीच्या मिणमिणत्या प्रकाशात आपणच आपली ज्याने कापली होती नाळ
दोस्तहो! त्या, ह्या शतकाची आता सुरू होत आहे संध्याकाळ.

टकटक करतो आहे नवा इसवी सन दारावर
लवकरच हेही सुरू करील आपली आवराआवर
थाटील बिऱ्हाड इतिहासाच्या पुढील पानावर
हक्क सांगेल मागील कर्तृत्वावर
— शे-सतरात, सदतीसात, सत्तेचाळीसात.
पुढच्या उरलेल्या अनेक अंकांत...
शिकवील शिक्षक अंक मांडून फळ्यावर
फार तर; छडी टेकवून नकाशातील एखाद्या रेषेवर.

पण कुणी सांगेल काय? ह्या शतकात चंद्र महागला होता.
कलकत्त्याच्या रस्त्यावर घोडा होऊन माझा आत्मा बग्गी ओढीत होता.
पण एवढे पुरे; आपणही आता धुरकटलेले चष्मे बदलून घ्यावेत
आपणही ह्या शतकात जन्मलो; आपलेही हिशेब चुकते करावेत.

किती वेळा आपण जमा झालोत मारवाड्याच्या पोथीत
कितीदा आयुष्य निघाले होते मोडीत
किती वेळा हाकारे गेले रान उठवीत
किती घरघरली विमाने धाक दावीत
आपण फक्त लिप्या बदलीत राहिलो
सोयीनुसार दरवाजे बदलीत राहिलो
उडालेली कौले शाकारीत राहिलो

दोस्तहो! ह्या शतकाची संध्याकाळ सुरू होत आहे.

सहजच उपडी होईल पृथ्वीची होडी ॲटमच्या एका गोळ्यात
पापणी लवता लवता मिळून जाऊ खोल खोल तळात
हिरोशिमाला नंतर फुले तरी आली —
आपणाला...

— तर संध्याकाळ सुरू झाली आहे.

मी एक अलिखित अस्तित्व घेऊन हिंडतो आहे.
थांबतो आहे; परंपरेच्या पाट्या वाचून
इथे आपले कोणी नाही म्हणून
पुढे वळतो आहे
एक दिवा पेटवून दुसऱ्या दिव्याकडे
लपकन वळणारा हात मला दिसतो आहे
आधार तेवढाच आहे.

— संध्याकाळ सुरू होत आहे.

माझा दावा सुरू होत आहे
'ईश्वरसाक्ष...' हे शब्द पेंढा भरून ठेवावे
स्वतःला स्मरून बोलत आहे.
संस्कृतीच्या दुकानातील तयार अंगरखे काढून
तुम्हाकडून न्याय हवा आहे
नागड्यानेच न्यायासनावर बसलो तर
तुम्हाला चालेल काय?
आपला म्हणाल काय?

मी पाहतो आहे.
माझ्या अस्तित्वाला फुटणारे पंख
पोलादी नसानसातून वाजताहेत शंख
मी एक सत्य. पृथ्वी एक सत्य.
सर्वांसाठी आपण हेही एक सत्य.

काठी टेकवीत येणाऱ्या मृत्यूला
लगोरी टिचवावी तशी
पोरे लावताहेत पिटाळून.

धर्म : एक कुलंगे हिंडते गल्लीबोळातून.

रक्त माझे; ठिबकत ठिबकत पसरते
दोन्ही ध्रुवांच्या मध्यातून

आणि दोस्तहो!
मी पाहतो आहे
एक क्षुब्ध नवागत गतीचे टोक धरून
लिहितो आहे;
हे शब्द हटवा...हे पुतळे...स्थितिस्थापक.
हवा आहे मनासारखा नवा जाहीरनामा म्हणून.
नवा जाहीरनामा म्हणून.

सूर्यकुलातील लोक

सर्व काही नाकारून माझे शब्द केव्हाच निघालेत
अजून तुझी आवराआवर झाली का नाही?

ह्या एकोणीस ठिगळांचा आता कशाला विचार?
अजून तुझी फुले माळून झालीत का नाही?

कशाला हवे कोठीला टाळे? उघडीच ठेव दारे
अजून तुला इथला मोह सोडवत का नाही?

ते रुद्राक्ष, पोथ्या, ते खुंटीवर टांगलेले देव
कालच म्हणालीस ''कुणीही भले केलेले नाही.''

मी लिहितो दारावर मागल्यांसाठी शेवटचा उच्चारः
''सूर्यकुलातील लोकांना थांबणे माहीत नाही.''

खाली कशासाठी हवे नाव; निनावे म्हणतील म्हणून
आपल्या हातांचे ठसे पुरेसे का नाहीत?

— अजून तुझी आवराआवर झाली का नाही?

ह्या मोसमात

तुझे एक शर्ट आहे माझ्याकडे;
जे तुला-मला यायचे.
बेकार असताना आपण
एकमेकांच्या उपयोगी पडायचे.
ठेवला आहे जुना कंदील; ज्याच्या —
प्रकाशात शब्द भेटीला यायचे.
एक सुबकसे आपलेपण
आयुष्य सुखवायचे.

काही पत्रे — आणि एक,
तुझ्या हस्तलिखिताची वही
पुढे मलाच अर्पण करणार होतास.

— असे कितीतरी किस्से.

त्यानंतर हिंदुस्थानच्या बाहेरून तुझे पत्र आहे;
लिहिले होतेस : ''आम्ही कसेबसे एकदाचे युरोप गाठले,
आता माद्रिदला चाललोय —
सगळीकडे हिंदुस्थानच वाटते आहे रे —
— तरी पण मी त्याला; आणि ते मला तुटले.''

आता ह्या मोसमात तूही नाहीस...
तुझे पत्रही नाही...
फक्त...काही कविता आणि,
आपण आयुष्य वाचीत होतो तो एक कंदील...

संवाद

कबूल...

आजच्याइतके आयुष्य काल कठोर नव्हते
आजच्याइतके पालखीचे भोई काल थकलेले नव्हते

नव्हतो आजच्याइतके आपण उदास,
इतका नव्हता अविश्वास...
तेव्हाही किनाऱ्यावर खिन्नपणे हिंडणारे आपणच होतो
झळा झेलूनही झळांचा लळा उरात वागवीत नव्हतो
तेव्हाही आयुष्याच्या उजाड माळावर वांझोटेच ढग होते
मात्र हजारात वावरल्यावर; आपलेपण आपले उरत नव्हते

कबूल!...
तेव्हाही कुणालाही टाळीसाठी उगीचच टाळी देत नव्हतो
खांद्यावर कोट टाकून उद्याचे बेत ठरवूनच उठत होतो
तेव्हाही आयुष्य कठोर होते; तरीही आपलाच धाक होता
दोस्तहो! उडणाऱ्या दरेक नाडीवर आपलाच हात होता

ते आपण उदासीनतेतही नव्हतो उदास
होते सारे...सारे भकास...

ते उजेडाचे वारसदार, अंधारात असे कुढत नव्हते...

आयुष्य

तूही आणखीन उदासीनच करणार आहेस काय?

— तर मग कठीण होईल
कसेबसे आयुष्य ओढणे; हे लोढणे;
थकणे, पुन्हा फिरून उभे राहणे.

अगोदरच सर्वत्र धूळ भरलेले वारे
पाने मिटावीत तशी मिटलेली दारे
दिशाहीन चालणे, थांबणे,
वाटले होते, परत कधीतरी होईल सावरणे.

झळालेल दिवस
अश्रद्ध मी; तरीही वाटले;
न करताही असा एखादा पावेल नवस.

थोडे थोडे वाटून घेऊ दुःख
थोडे सुखही,
वाटा सरळ होतील अन्,
पुन्हा आयुष्य घेईल वळणे.

तूही आणखीन उदासीनच राहणार आहेस काय?

काय करावे

आपल्या उदास रात्रीत माणसाने गाऊ नये, तर काय करावे?
स्वतःलाच हाजारदा चाचपून घेऊ नये तर काय करावे?

दिवसाच्या खांद्यावर हात ठेवून वळतात पाय शहरातून
वळताना जडच झाले; दोन गोष्टी सांगू नये, तर काय करावे?

टोपलीखाली चार दाणे टाकून बसलो होतो अस्वस्थ कोपऱ्यात
फक्त उन्हेच उतरून उडालीत, तर अशा वेळी काय करावे?

या शहरावर, संस्कृतीवर, फुलांवर कसा उरावा विश्वास
भडाभडा चार तांबे ओतून मोकळे होऊ नये, तर काय करावे?

म्हणालोच, ही पृथ्वी : हिला केवळ जन्माला घालणेच ठाऊक आहे
आपणच आपणाला सदैव साद घालू नये, तर काय करावे?

डेकवर

लॉस एंजेल्सकडे बोट निघाली तेव्हा
सूर्य आंघोळत होता.

समुद्रपक्षी आले,
अंग स्वच्छ करून फडफडले आणि उडून गेले.
नंतर : इंजिनच्या घरघराटात बायबल वाचीत बसलो.
'येसूला सुळी देण्याच्या आदल्या रात्रीचा प्रसंग
भोजनाच्या तयारीत सारेच निःसंग...'

टर्रर्रर्रकन बेल वाजली...

ऊठ ना भांचोद! कॉल...

खुणेसाठी विझलेली सिगारेट ठेवून उठलो —
झाडू घेऊन डेकवर आलो.

तेव्हा मादाम : पूर्ण चंद्रबिंबाकडे तुम्ही पाहत होता...
कुठल्याशा खोल समुद्रात तुमचाही प्रवास चालू होता.
काळ्याशार पाण्यात किरणांच्या मासोळ्या
झिळमिळत होत्या...

'मादाम! मी आलोय!'
'यू-यू ब्लॅकी — इडियट!!'
धाडकन केबिनचे दार करकरले
आतले अख्खे लॉस एंजेल्स हादरले.

पुन्हा चारच दिवसांनी मादाम
सूर्य पेंगुळत होता.
समुद्रपक्षी तुरे फुगवीत आले. म्हणालो,
'लॉस एंजल्सचा तिचा निरोप आणलात का रे लबाडांनो!'

तोच — केबिनकडून हुंदका आला
ट्यँहाचा स्वर माझ्यातल्या पियानोवर फडफडला.

'दार उघडा मादाम!...दार,
तुम्हाला मूल झाले... ओहो... तुम्हाला मूल —
अमेरिकन जन्माला येतो आहे मादाम... ओहो अमेरिका...!
पण त्याचा बा...प...मादा —'
'विएतनाममध्ये दफन झाला...'
माझा हात नकळत टोपीकडे गेला.

'ही घे अमेरिका —'
करकरणाऱ्या दारावरून एक कोवळा गोळा हातात आला.

'यू ब्लॅकी...डर्टी!'
धाडकन दरवाजा बंद झाला.

चालेल मादाम! चालेल...!
लॉस एंजेल्समध्ये तीही गर्भार आहे.
दोन नागरिक जन्माला आलेत म्हणून सांगेन.

शीगवाला

‘क्या लिखतो रे पोरा!’
‘नाही चाचा — काही हरफ जुळवतो.’
म्हणता, म्हणता दाऊदचाचा खोलीत शिरतो
गोंडेवाली तुर्की टोपी काढून
गळ्याखालचा घाम पुसून तो ‘बीचबन्द’ पितो
खाली बसतो;
दंडा त्याचा तंगड्या पसरून उताणा होतो.

‘एक ध्यानमदी ठेव बेटा!
सबद लिखना बडा सोपा है
सब्दासाठी जीना मुश्कील है.’

देख ये मेरा पाय
साक्षीको तेरी आई काशीबाय
‘मी खाटीक आहे बेटा — मगर
गाभणवाली गाय कभी नही काटते.’

तो — सौराज आला; गांधीवाला.
रहम फरमाया अल्ला.
खूप जुलूस मनवला चालवालोने
तेरे बापूने —
तेरा बापू; चालका भोंपू.

हां; तो मी सांगत होता;
एक दिवस मी बसला होता कसाईबाडेपर
बकरा फाडून रख्खा होता सीगपर
इतक्यामंदी समोर झाली बोम
मी धावला; देखा —
गर्दीने घेरा था; तुझ्या अम्मीला
काटो बोला

अल्ला हु अकबरवाला
खबरदार; मै बोला
सब हसले, बोले,
ये तो साला निकला पक्का हिंदूवाला

"फिर; काफिरको काटो!"
अल्लाहुवाला आवाज आला
झगडा झाला.
सालोने खूब पिटवला मला
मरते मरते पाय गमवला.
सच की नाय काशिबाय —?

'तो बेटे —
आता आदमी झाला सस्ता — बकरा म्हाग झाला
जिंदगीमध्ये पोरा, पुरा अंधेर आला,
आनि सब्दाला;
जगवेल असा कोन हाये दिलवाला
सबको पैसेने खा डाला.'

तुमच्या त्या उदास रात्री आता मला नकोत

तुमच्या त्या उदास रात्री आता मला नकोत.

आताआताच अशाच एका मैफलीतून उठलो
उठलो तो उदास होऊनच उठलो...
चंद्र ढळला होता...किंवा असे म्हणेन; —
घराकडे वळला होता... किंवा असेही म्हणेन :
उदास होऊन पूर्ण मळला होता.

दिवसाचे ध्वज फडकू लागले...
थडकू लागले...
किंवा असेही म्हणेन —
नगरावरून, घरावरून सर्वत्र —
टापा उचलू लागले.

जिवबा बसला होता फाटकावर
बाकडे टाकून
अजून पेटतच होता कंदील
घेत होता वर्गणी मोजून

''जिवबा रे...जागरणा रे कितीसी करतल्हस''

'हां-हां आग खावान इंगळे हगणारे आमी —
आमचा असल्यो गजाली नकोत...हां...''

तुमच्या त्या उदास रात्री आता खरोखरच मला नकोत.
खरोखरच नकोत.

माझ्या देशाच्या नोंदबुकात माझा अभिप्राय

ख्रुश्शोव, केनेडी, नासेर वगैरे, वगैरे.
यांच्या सोबत माझे नाव; हे बरे नाही, हे खरे;
म्हणून पंचविसावे पान ओलांडून
सव्विसाव्या पानावर गुलाबाचे फूल ठेवून
मी सुरुवात करतोय.

हे माझ्या देशा;
सूर्यकुलाचे आपणही एक सभासद म्हणून,
सूर्यकुलाला शोभेसेच वर्तन व्हावे.

तसा आज मी हर्षाने मोहरून गेलो नाही,
उदासीनही झालो नाही;
या दोहोंमध्ये हे देशा;
कुठेतरी आपण उभे आहोत.
कदाचित असेही असेल, तू आणि मी
दोघेही प्रौढ झालो आहोत.

मी इथे यायला निघालो ना तेव्हा
हिरव्या वृक्षांनी शहराच्या सीमेपर्यंत
माझ्यावर माया धरली.
नद्या मुरडतच मागेच थबकल्या.
मला पोचवायला माझ्याही पुढे दूरवर
पाने फडफडत, फडफडत पंखावून उडाली.
रस्ते तर माझ्या पुढेच चालले होते
त्यांतला एक मात्र;
भारीच बडबड्या गृहस्थ वाटला
तुम्हाला रस्ता ठाऊक नसेल तर
मी दाखवतो म्हणतच माझ्याच पुढे तो चालला.

ही नगरातून उभी राहिलेली महानगरे
त्यांची उघडझाप करणारी अंधार उजेडाची दारे.
सभोवारची हिरवीगार खेडी
लुचणारी वेडी;
त्यांतले एखादे मस्तवाल दावेही तोडी.

हे रस्ते, या रक्तवाहिन्या आणि
हे आपले प्रचंड नगर
धडाडत्या बॉयलरसारखे. हे आपले हृदय;
तुझे नि माझे
हर्षाने आंघोळून जाते
नक्षत्रासारखे लुकलुकते; तुझ्या बोटात
हिऱ्याच्या अंगठीसारखे हे शहर झिळमिळते.
अरबी काठावरून
तू स्वतःला कधी न्याहाळलेस काय?
सूर्यकुलाचे आपण सभासद म्हणून म्हणतोय;

हे जे आकाश आहे ना —
त्याला रंगांचे चार ब्रश मारायला हवेत,
तांबडा सूर्यगोल
भिलाईच्या झोतभट्टीकडे वळवायला हवा.
उपसा करून समुद्राचा
त्याचेही एक सुंदरसे नाव ठेवायला हवे
शेतांचे तुकडे झटकून; पुन्हा नीट
हारीने अंथरायला हवेत.
आणि हे देशा — देश कशाला म्हणतात
ह्याचेही भान आपण ठेवायला हवे.

लोकसभेत ठराव येण्याआधी —
डोंगरकुशीतील पानांच्या कोवळ्या छायेत,
तरारणाऱ्या ढगांच्या थंडाव्यात,
लावणीच्या मातकट हातात ते फडफडावेत.

त्यांना कारखान्याकडे पाठवावे,
मधल्या सुटीत; लेथला टेकून
कूपनवरचा किटलीतला चहा देतघेत
चर्चा करता करता, नको असलेले शब्द
पोलादी चिमट्यात धरून,
घण घालून नव्याने घडवले जावेत.

त्यांना गावकुसाबाहेरील वस्तीत पाठवावे
कातडी कमावता कमावता
दहापाच टाके तिथेही घातले जावेत.
आणि
विद्यापीठातील वर्गात प्रवेशताना
कुलगुरूंच्या रागीट मुद्रेसारखे ते येऊ नयेत.
मित्राने प्रवेशताच सुगंध दरवळावा
तसे यावेत.

हे माझ्या देशा;
सूर्यकुलाचे आपण सभासद म्हणून म्हणतोय,

स्त्री : केवळ एक मादक आणि उत्तेजक पदार्थ
हाच आजच्या कुलिनांच्या नजरेतील बघण्याचा अर्थ
ती फुलवाल्याकडील एक पुडी
एक कुडी, एक गुडिया, ओह....
हे देशा; मी शरमेने दबून चाललोय.

हे; आणि असे कितीतरी आठवून
अंतःकरणात पेट्रोलसारखे साठवून चाललोत.
जर कधीकाळी,
अस्वस्थसे आम्ही —
देहाच्या वाती वळून, प्रज्वलित करून
तुझ्या निरांजनात पालवून
एका नव्या क्रांतीकडे, नव्या प्रकाशाकडे
आमचे घोडे उधळले; तर हे देशा —
कृतघ्नतेचे आरोप आमच्यावर करू नकोस
तुझ्या आकाशातील आम्हीही तारे आहोत
हे विसरू नकोस.

युद्ध

सायरन वाजतो आणि;
झगमगणाऱ्या ताऱ्यांखालचे हे शहर,
कंदिलासारखे वाती आत ओढून घेते.

अजून शहराला सराव व्हायचा आहे.
तरीही नकळत तुझे हात;
संरक्षणासाठी सरावल्यासारखे खिडक्या बंद करतात.

एक घुम्मसा आवाज घुमतोय.
समुद्रगाजही.
खोलीत ठण्णकन टोले पडताहेत आठाचे.
रोजचा प्रिय काळोख असह्य झालाय.

मिणमिणता मेणबत्तीचा प्रकाश;
त्यातही तुझीच उंच झालेली सावली,
कलत्या उन्हात असे होते, वा क्षीण प्रकाशातही.

''आता शहर कसे; अग्नीकडे झोकलेल्या कोळशासारखे.''
वगैरे प्रश्न.

''पण दुसरा भोंगाही अजून कसा...''

तो वाजेल...
खुंटीवरचा नकाशा काढ अगोदर
ही ब्रह्मपुत्रा...ही मेघना.
बघून ठेवलेला बरा;
उद्या पाठ घ्यायचाय ना मला.''

पुन्हा भोंगा होतोय.
पायांची वल्ही अंधार कापीत चाललीत.
दुसऱ्या सायरनपूर्वी तरी एकदाचे...

''ए, आपापल्या बिऱ्हाडांचेच दरवाजे ठोठवा रे!''

एका बेटावरची हकीकत

मी गल्लीच्या टोकाकडून वळून आलो ना;
तेव्हा आपल्या दारातून,
बोचके काखोटीला मारून,
पदर सावरून, तरारा जिना उतरून गेलीस.
दार सताड उघडेच ठेवून
मी अवश्यच परतेन या भरंवशाने काय?
हे माझे माय.

मी स्वतःशी तडजोड करून आलो होतो;
प्रज्वलित केलेली वात,
पुन्हा खाली सरकवून आलो होतो,
विझू दिला नव्हता प्रक्षोभ
आदर-अनादराच्या खडकाळ खिंडीतून
सावध सैनिकासारखा प्रवेशलो होतो.
आणि माये तू;
भरारा जिना उतरून गेलीस.

आपल्या दारावर उभा राहिलो ना;
तेव्हा, बापाने भानोशीवरचा लाकडाचा जळका तुकडा
मला बघताच फेकून दिला.
डोक्यावर पांघरूण ओढून आडवा झाला.
तिरस्काराने नव्हे माय;
मला घाबरूनही नव्हे,
लाजेने तो चूर झाला, माझ्यापेक्षा —
तू गेलीस ना; म्हणून हादरला.

गल्लीतील सायंकालीन दिव्यासारखे
त्याचे डोळे आता विझूविझू झालेत,
धुमसत्या लाकडासारखा धुमसतो,
गुरगुरतो गुहेत

त्याचाही एक विद्रोह आहे; माझाही.
किंबहुना आपणा सर्वांचाच माय,
तरीही तरारा...

मीही आपले उत्तरदायित्व विसरलो नाही.
तूही नाही;
मला माहीत आहे काय,
उद्या गल्लीच्या टोकावरून,
गर्दीच्या गंगेत लगबगीने विलीन होईन तेव्हा
माये, तू चिरगुटे नळावर धुवून
टाळूवर तेल भरायला गुहेत परतशील

आणि एक —
जुनापुराणा गुरगुरणारा आवाज
आढ्याकडे पाहत; शांतपणे झोपलेला असेल.

रायटर्स पार्क

— आणि हे वृक्ष, जे आम्ही
आल्मा-आटामध्ये रोवले; त्यांवर
आदरपूर्वक माती लोटली; पाणीही.
ते तुझ्या वयाइतके जेव्हा मोठे होतील, तेव्हा —
या आफ्रो-आशियाई रायटर्स पार्ककडून जाणाऱ्यांवर
आपली सावली धरतील.

आता मी, वय वर्षे पंचेचाळिशीचा माणूस;
अलेक्सी ला गुमा साठीच्य जवळपास;
फैज अहमद फैज, त्याच्याही पुढे;
म्हणजे एकूण काय?
"ही म्हाताऱ्यांनीच लावलेली झाडे तर..."
असे तू म्हणणारच...
पण तो तुझा केवळ उत्साहच ठरेल.

ते आले होते जंगलातून, हद्दपारीतून
पाठीवरील वळांचे बळ घेऊन
शेवटची बस चुकली तर काळोखाच्या
सोबतीने चालावे?
थकवाच आला; तर एखाद्या बागेकडून
थकव्याला समजावीत वळावे?
रेस्त्राँकडून वळताना, कोरड्या जिभेनेच
ओठ ओले करावे?
असे सुपुत्र;
झांबिया, घाना, मोझांबिकमधून.

मीही या गंगेच्या काठावरील एका शहरातून
आलो होतो;
यंत्रस्वामीच्या हृदयातील अभंग घेऊन.

माझेही एक स्वप्न होते रे,
जे मला पुरे करता आले नाही;
रोजच्या दमगिरीने तेवढी उसंतच दिली नाही.

पण पुढचे जग तुझेच आहे; आणि
हा वारसा तुझ्या हवाली करत आहोत.

आता तुला मी घर बांधून ठेवले नाही;
जमीनजुमला, पैसाअडका, काऽहीएक नाही!
तसा कधी; घर फुंकून निघालेल्यांच्या डोक्यात विचारच येत नाही!

तरीही; एक सांगून ठेवतो; आपण सूर्यपुत्र आहोत
आणि त्यालाही थकवा येतोच; तर
आल्मा-आटामध्ये विसाव्यासाठी
एक सावली तिष्ठत असेल.

हे प्रिय!

हे प्रिय!
तुम्ही ह्या क्षणी काय करत असाल
मला ठाऊक नाही.

कदाचित,
विएतनामच्या बंदरात
पेरलेले पाणसुरुंग काढण्यात
तुमचे हात गुंतलेले असतील.

न्यूयॉर्कच्या आलिशान हॉटेलात
माझ्या निग्रो बंधूने
टेबलावर दाणकन मूठ आदळीत
पेंटॉगॉनच्या दिशेने वीट भिरकावली असेल.

पॅरिसचे कोळी
माशांसाठी; बेतलेल्या समुद्रातील जाळे
झळाळणाऱ्या सूर्यप्रकाशासकट
लोकगीताच्या तालावर ओढत असतील.

उत्तरेचा म्हातारा हिवाळा.
लुमुम्बाची ओळख सांगून काँगोच्या भर हाटात
थंडावा मिळावा म्हणून
शिंप्याचा दरवाजा ठोठावीत असेल.

मला माहीत नाही;
मी इथे चांदणी चौकातील
गल्लीच्या शेवटच्या इमारतीतील एका कोपऱ्यात बसून
विचार करतोय — हे असे होत असेल.
आणि हे प्रिय!
मी देखील केव्हापासून —

एक शिळा पाव, चिरूट आणून ठेवलाय
अंधाराच्या कबरीजवळ ठेवण्यासाठी.
आणि तुमच्याशी बोलायला;
माझे ओठ केव्हापासून उत्सुक आहेत,
हे प्रिय!

हे प्रिय!!

कार्ल मार्क्स

माझ्या पहिल्या संपातच
मार्क्स मला असा भेटला

मिरवणुकीच्या मध्यभागी
माझ्या खांद्यावर त्याचा बॅनर होता.
जानकी अक्का म्हणाली, 'वळिखलंस ह्याला —
ह्यो आमचा मार्क्सबाबा
जर्मनीत जलमला, पोताभर ग्रंथ लिवले
आणि इंग्लंडच्या मातीला मिळाला,
संन्याशाला काय बाबा
सगळीकडची भूमी सारखीच
तुझ्यासारखी त्यालाही चार कच्चीबच्ची होती.'
माझ्या पहिल्या संपातच
मार्क्स मला असा भेटला

पुढे; एका सभेत मी बोलत होतो,
— तर या मंदीचे कारण काय?
दारिद्र्याचे गोत्र काय?
पुन्हा मार्क्स पुढे आला; मी सांगतो म्हणाला,
आणि घडाघडा बोलतच गेला.

परवा एका गेटसभेत भाषण ऐकत उभा होता.
मी म्हणालो —
'आता इतिहासाचे नायक आपणच आहोत,
या पुढच्या सर्वच चरित्रांचेही.'
तेव्हा मोठ्याने टाळी त्यानेच वाजविली
खळखळून हसत, पुढे येत;
खांद्यावर हात ठेवीत म्हणाला,
'अरे, कविता-बिविता लिहितोस की काय?
छान, छान.
मलासुद्धा गटे आवडायचा.'

पुढच्या युगांची सर्व दुःखे

आपण विसरू म्हणावे सगळे; विसरता येत नाही
रोजच कथन करावा लागतो वृत्तांत, हे टळत नाही

उधाणणारा समुद्र आणावा कैद करून; तसा हा जीव
किती समजावू त्याला; कसे घालावे पालाण कळत नाही

छबीने घेऊन ऋतूंचे सजतात बाजारात उरूस
म्हणून घेऊन गेलो फळकुटे; तो तिथे जागाच नाही

तिथलेच विकत घेतले पिपाणे; लोळलो वाळूवर
आणखीच उदास होऊन परतलो; का? कळतच नाही

पुन्हा रात्रीस खिडकीकडून वळताना दिसला चंद्र
हडबडून उठलो; तो फारसा उत्सुक दिसलाच नाही

पुढच्या युगांची सर्वच दुःखे; मीही भोगीन म्हणतो,
आजच्या व्यथांना काय करावे; कुणी सांगतच नाही

चंद्रासाठी चार हिताच्या गोष्टी

चंद्रा...

ह्या खिडकीतून सरळ आत उतरून ये,
चल हे कपडे घाल
तुझी कोमल बोटे मळतील; मळू देत.
हाताला घट्टेही पडतील; पडू देत.
सर्वांची सुरुवात अशीच असते.

झुबकेदार मिशांचा हा इंजिनिअर
ढग जवळ येऊन थबकावा तसा थबकेल
विचारील;
हे नाजूक रुपडे कुठले?
तू मात्र आपले लक्ष समोरच ठेव.

फारच मोठे वय झाले रे तुझे
चालेल म्हणा!
रात्रशाळेत सहजच घेतील
जीवनाची सर्व रहस्ये तुलाही उलगडतील.

आणखी एक—
सूर्यमालिकेतील सर्वांविषयी विचार करणारे आम्ही
कधी भाकरीचा चंद्र म्हणतो; कधी गालावरचा
फारच झिजल्यात रे या उपमा
तू आपला आमच्यासारखाच सामान्य हो!

ही तुझी पावती ट्रेड युनियनची;
पृथ्वीवरून सहजच दिसेल एवढा मोठा
विराट कारखाना; भेट म्हणून.

परतीच्या वाटा आधीच विचारू नकोस;
येतानाच्या सर्व खुणा तू विसरला असशील
तर आमचे हात तुला मार्ग दाखवतील.

झेप

विकता, विकता त्यांनी सूर्य बाजारात आणला!
घर फुंकून निघालेले लोक पाहातच राहिले.
— अशा वेळी स्वस्थ बसून कसे चालेल?

बघता, बघता त्यांनी हातही बाजारात आणला
— हाताची घडी घालूनच कसे चालेल?

म्हणून मी उठलो,
वस्तीच्या बाहेर गेलो.
कारखान्यांच्या कानात पुटपुटलो,
'आता आपणाला कूच करायला हवे!...'

एका नव्या संघर्षात

हा माझाही देश; आणि त्यातील हे पोकेपोकेसे लोक
आपल्या घरालाच असे पोकेपण यावे; तर काय करावे?

इथल्या वस्त्यांना हुंगणारा केवळ कातळाचा काळोख
कंदील खोपटास खोवून वावरू नये; तर काय करावे?

परमेश्वरसान्निध्य साधू पाहणारी ही पुरातन संस्कृती
आपली आपणच टवाळी करू नये; तर काय करावे?

ज्यांना जन्मभर दुःख, दैन्य, दारिद्र्यच मिळाले असेल,
त्यांनी तपशीलासह सर्वच नाकारू नये; तर काय करावे?

आश्वासित शब्दांवर आता माझाही विश्वास उरलेला नाही
प्रत्येक संदर्भातून दुर्गंधीच येत आहे; तर काय करावे?

युद्धकैद्यांसारखा वाहणारा पुलावरून माणसांचा लोंढा
उजेडाची फुले त्यांचे हाती ठेवू नये; तर काय करावे?

थांबू तर शकत नाही; आणि तुमचे हे असे औदासिन्य.
एका नव्या संघर्षासाठी धुमाळीत घुसू नये; तर काय करावे?

का गा ग्रंथगर्व

भाकरीच्या पुढे
का गा ग्रंथगर्व
भोंगाळे हे पर्व
कशापायी

भोवती रचावे
ग्रंथांचे डोंगर
कुडावे अंतर
सोललेले.

जाड परोठ्यात
झालो म्हणा षंढ
आता कैचे बंड
इहलोकी...

अनंताचे म्हणा
फळो आले ज्ञान
परी रोटीवीण
व्यर्थ बाप्पा

संपलाच नाही
भाकरीचा मार्ग
ग्रंथातले स्वर्ग
कशापायी?

दुःख

तिने खरकटी काढली;
झाकपाक करून ठेवली,
मुटकळून पडलेल्या वडिलांशेजारीच
आईने शनिमाहात्म्य वाचले;
वृद्धा किंचित दूर सरकून तिथेच कलंडली.

काहीसे ठेवायला झरकन् वळताना;
आरशाकडे लक्ष गेले
थबकली — आपले रूप आपणच न्याहाळले;
बांगड्या उतरविल्या
नंतर गळ्याखालचे एकेक सर मोकळे केले.

का कोण जाणे; पुन्हा —
आपणहूनच आरशासमोर उभी राहिली
स्वतःच्या डोळ्यांतील काहीसे वाचून
शहारली;
गवतपात्यासारखी थरारली.

डोळे भरून आले;
चाळीसावे संपले.
शांतपणे तिने माळलेले गजरे
खिडकीखाली सोडून दिले.

शहरात गोळा झालेले कावळे

शहरात गोळा झालेले कावळे आता पांगलेत
घेरून ठेवला होता त्यांनी मध्यवर्ती चौक
सटासट शिटायचे पुतळ्यांवरून
चोची घासायचे
पंख फडफडावून गर्रकन् गिरक्या घेत तिथेच बसायचे.

त्यांनी निवेदने केली
फतवे काढले;
उत्तरेपासून दक्षिणेपर्यंत भाषणे केली
कुणीही त्यांना अधिकार दिला नसताही
आपणच खरे स्वामी अशी घोषणा दिली.

त्यांनी एक युनायटेड फ्रंट उभा केला
एका तंबूत सभाही घेतली.
समस्त जनतेला कळावे म्हणून...
खांद्याला खांदा भिडवून सर्व काकांनी परेडही केली.

एका ज्येष्ठ प्रवक्त्याने शपथ देवविली
एकाने लोकशाहीवर भाषण केले.
दुसऱ्याने भ्रष्टाचारावर...
तिसऱ्याने संस्कृतीचा डिंडीम वाजवला.

चवथ्याने वगैरे, वगैरे.

तदनंतर —
आपला मोडका देह खुर्चीवर कलता ठेवून
ज्येष्ठ वयोवृद्ध नेत्याने
चक्क दीड घंटा भाषण दिले.
सर्वांनीच एकमेकांचा जयजयकार केला.

उंच सुरकांड्या मारून
आकाशाचा नकाशा जोखून घेतला.

परांचा काळाकुट्ट ढग
म्हणे संसदेला घेरणार होता
आपल्या उद्दिष्टांच्या पिंडावर
झडप घालणार होता.

आता ते अंडरग्राऊंड झालेत
शहरातले कावळे आता पांगलेत.

आमंत्रण

कोणत्याही कालखंडात कधीही आम्ही उदास नव्हतो;
हां; रात्री जरूर उदास होत्या, दिवसही भकास होते.

कळली नव्हती जरी नक्षत्रांची भाषा आम्हा कोणासही
आम्हीही नक्षत्रेच होतो; हे त्यांना तरी कुठे कळले होते.

आयुष्याच्या संदर्भातील त्यांचे विचार वाचूनचे भाष्य,
कधितरी पुढचेही अधिक त्यांनी सुचवायचे होते.

अशी सूत्रे, अशी सुक्ते आम्ही गिरविली एका जमान्यात
खूप योजने पुढे गेलोत; लक्षात यायला हवे होते.

जेव्हा जेव्हा सर्वत्रच उदासले; तेव्हा तेव्हा ठरवले
हे आमंत्रण आम्हाला; अन् स्वार शिबिरात हजर होते.

भेट

कितीतरी वर्षांनी कालच एकमेकांना भेटलो,
थोडासा वाळलेलाच दिसला.
'हं — बोला बाईसाहेब, कसं काय?'
ठीक... मी...
'चला, चहा तर पिऊ या...'

बाहेर झिमझिमणरा पाऊस
आत; मंद जपानी दिवे
परंतु, नेहमीसारखा त्याने स्वतःचा पाय
माझ्या पायावर दाबला नाही.
अधिकच गाऽर वाटू लागले.

त्याने सिगारेट काढली,
चहाच्या घुटक्यासोबत शांतपणे ओढू लागला.
'ही अशी तरंगती वाफ प्रत्येकाच्या आत असते
एक वाईट — ती विझत मात्र नसते.'

'अद्यापही घरटे बांधून झालेले दिसत नाही?...
छान! इंतजार का फल मीठा होता है...'

आणि तो विषण्णसा हसला.
बाहेर पाऊस धो धो धो होत चालला.

'तसा वयपरत्वे आयुष्यावर
बोलण्याचे हक्कदार झालोतच म्हणा;
केले काय?'

'छान — पाऊस पडतोय.
पुन्हा त्यात भिजूया...नंतर
किमान आपापली वळचणी आपणाला आहेतच.'

आणि तो खरोखरच उठला.

जेव्हा कधी या कवितांवरचे प्रयोग होतील

जेव्हा कधी या कवितांवरचे प्रयोग होतील
तेव्हाच्या मित्रांना हा एक अनाहूत सल्ला.

तो अशासाठी —

प्रयोग करणारे तेव्हा खुशहालीतले असतील
विसरतील, मागील पिढ्यांचे बारीक सारीक वास्तव
हीच शक्यता जास्त म्हणून —

वस्ती उद्याची आत्तासारखी अंगावर
कोड फुटलेली नसेल,
कारव्यांची, बारदाणांची, फिल्मी कागदांनी कुडलेली
घरेही नसतील.
एकाच खोलीत मातापिता, बहीण
तरण्या लग्न झालेल्या पोराचा शृंगारही नसेल,
सर्व काही आजच्याहून जास्त बरे असेल.

लोंढा आजच्यासारखाच वळेल कारखान्याकडे
मात्र आजच्यासारखा धाक नसेल
उदंड उत्साह असेल.
नवा माणूस जन्मा घालणाऱ्या नवेलीला
बसमधून नेताना ड्रायव्हरही
वळणावळणावरून सावकाश गाडी वळवीत असेल.

मात्र ही माणसे दिसली खडबडीत तरी सर्वच
पोक काढून चालणारी होती असे नाही.
कुरकुरतच जगत होती असेही नाही.
एक केशरिया रंगाचे फूल
पूर्ण उमलण्यापूर्वीच किंवा पूर्ण गळल्यानंतरच,
अशा येण्याजाण्यातच या पिढ्या खपल्या तरीही;
स्वत्व विसरलीच होती असे नाही.

त्यांनीही भिंतीची पोस्टरे केली,
चौकांची हँडबिले, वृत्तपत्रे किंवा काहीही
हातांचेच ब्रश करून
इतिहासाचे सर्ग लिहिले
मुठींचे हंस वाऱ्यावर सोडले.

ती ही माणसे; थोडे जपूनच घ्यावे
नीट तपशील गोळा करावे
नंतरच वास्तव रंग भरावे
त्यांचे इतिहास वाचावे अन्,
त्यांच्यासह कलेसमोर लव्हाळ्यागत नम्र व्हावे

असेही शक्य आहे...
कदाचित, प्रयोग पाहायला;
आफ्रिकन चाचा, चंद्रा नायकीण, हणम्या,
लुंगीवाला नालबंद, खोळवाला
कदाचित, माझाही म्हातारा पोरगा किंवा त्याचा पोरगा
कदाचित, म्हातारा काळोख नाकावर चष्मा अडकावून
कदाचित, माझी वयस्क कविता कोपरा धरून
हेही शक्य आहे; कदाचित
अख्खी वस्तीच थिएटरवर येईल चालून.

हे सगळे तसे मुलुखाचे खट्याळच...

जरा काही चुकले, फिसकटले;
तर बिथरतील — नेम नाही;
इसल्या वा म्हातारा आफ्रिकन सिंह
किंवा त्याचा पोरगाही
अख्खे थिएटर डोक्यावर घेतील
शिट्या वाजवून वाजवून वॉक-आऊट करतील

नेम नाही त्यांचा...नेम नाही
म्हणून —

कविता आणि मी

१. मी काव्यलेखनास सुरुवात केली ती १९५८ साली. एखादा दिनांक सांगावा तसा हा सन सांगता येईल, इतकेच. मनुष्य मनात अगोदर लिहीत असतो. कागदांवर नंतर.

उमेदवारीच्या काळात; खरे म्हणजे उमेदवारी केव्हाच संपत नाही असे मी मानतो. उमेद संपली की कवीही संपला असे मला वाटते. ह्या विश्वाच्या अफाट कारखान्यात (वाङ्मयाच्याही) दररोज आपण काही ना काही शिकतच असतो व मुकतही असतो.

तेव्हा त्या काळात मर्ढेकर, कुसुमाग्रज, मुक्तिबोध व विंदा करंदीकर हे कवी मला जवळचे वाटायचे. ह्या कवींचा सूर कुठेतरी माझ्या मनाशी जुळतो आहे असे सतत वाटत राहायचे. त्यांची स्पष्ट अभिव्यक्ती मला आवडे. मर्ढेकर तरी रोकडेच बोलत. तरीही हे कवी मला समाधान देत नसत. ते जे लिहायचे किंवा वर्णन करायचे तेवढेच सत्य नव्हते. त्यांचे जग वेगळे असे. त्या जगातील माणसांच्या भावना वेगळ्या असत. ह्याही पलीकडे एक अफाट जग उभे होते. ज्या जगात मी उभा होतो. त्या जगाविषयी ते बोलत, पण ते अंतःकरणाला भिडत नव्हते. आणि मग मी विषण्ण होई. जुळणी होत असे ती सर्वसाधारण सुरांशी. तेवढीच. परंतु उर्दू भाषेतील फैज, मजाज किंवा सरदार जाफरी वाचू लागलो की मी हादरून जात असे. उर्दूतला नाजूक मिजाजी ढंग, सूक्ष्मता आणि अतीव सहानुभूती मला जाणवे. परंतु इथेही हाच अनुभव आला, इथेही फारसा रमलो नाहीच.

मला काही वेगळेच हवे होते. माझ्या इच्छांना, तडफडाटाला व्यक्त करण्यात ही मंडळी अपुरी वाटायची. मीही स्वतः आता कविता लिहितो खऱ्या; परंतु अजूनही मला नेमके काय हवे आहे, काय व्यक्त करावयाचे आहे, हे मी सतत शोधीत राहातो. **माझ्या मेहनतीच्या घामाचा वास जसा माझाच असतो तसाच तो मला कवितेत हवा असतो. पण तो सापडत नाही.**

आता कविता शिस्तशीर वाचायला हवी, समजून घ्यायला हवी हे खरे; परंतु अशी संधी मला कधीच मिळाली नाही. माझ्या बहुजन समाजात ह्या गोष्टी सध्या तरी अशक्यच आहेत. माझ्या जमातीतला मुलगा आठ-दहा वर्षांचा झाला, की तो गुरे तरी वळतो किंवा हॉटेलात कपबशा तरी विसळतो. ह्यात माझाही स्वानुभव आहे. (अलीकडे तो शहरात असला तर कदाचित रात्रीच्या शाळेत शिकतो.) तेव्हा

केशवसुतपूर्वकालीन कवी मी फारसे वाचलेच नाहीत. **अगोदर भाकरीसाठी खटपट कर, नंतर वेळ फावलाच तर कविता वाच, असे आयुष्याने शिकविले आहे.**

केशवसुत मी वाचले आहेत. त्यांच्या कविता मला आवडतात. बालकवींची निसर्गकविता मला फारशी आवडली नाही. गडकरी, तांबे, बी हे कवी वाचलेत. परंतु काही ओळींपलीकडे त्यांचे काव्य मला आठवत नाही. म्हणून ह्या सर्वांच्या काव्याचा परिणाम माझ्यावर कितपत झाला हे सांगणे अवघडच आहे.

पाश्चात्य जगातील एकही भाषा मला येत नाही. पुस्तकांच्या दुकानाजवळून वळलो की आतील ग्रंथांवरची सुरेख कव्हरे बघतो व पुढे सरकतो. भारतीय भाषांपैकी दोन भाषा मला येतात. एक उर्दू व दुसरी हिंदी. ह्या दोन्ही भाषांतील कविताच मी अधिक वाचतो. उर्दूची काव्यशाखा संपन्न आहे व हिंदीतील नव्या काव्यप्रवाहाची तुरळकच कविता मी वाचली आहे.

२. मार्क्स व एंगल्स हे आजच्या युगाचे थोर विचारवंत आहेत. ते वैज्ञानिक दृष्टिकोन देतात. जीवनाने पुढे आणलेल्या प्रश्नांची उत्तरे देतात.

सर्वोत्कृष्ट कलाकृती जीवनाचे दिग्दर्शन करते. मार्क्सवादी तत्त्वज्ञानातील शब्दही असेच जीवनाचे मूल्यमापन करतात, दिग्दर्शन करतात. ते माणूस, भौतिक परिस्थिती आणि निसर्ग या सर्वांच्या अतूट संबंधाचे विवेचन करतात ते माणूस आणि कलेचाही संबंध सांगतात.

तरीही पोथीनिष्ठ मार्क्सवाद्यांकडून माणूस आणि कलेच्या स्वातंत्र्यावर बंधने आली तर...तर माणसाचा व कलेतील सच्च्या स्वातंत्र्याचा पक्ष असेल तोच माझाही राहील. नाहीतरी मार्क्सनेच गंज चढलाच तर तो घासून काढा व पुढे चला हे सांगितले आहेच. कारण गंज चढलेल्या तरवारीने (तत्त्वज्ञानाने) विजय मिळविता येणार नाही. म्हणून दरखेपेस मार्क्स मला बजावीत असतो—'वस्तुनिष्ठ हो, कठोर आत्मपरीक्षण कर. डोळसपणा धारण कर व निर्भयपणे पुढे चल!'

३. अमूक एक भूमिका मनात वागवून कविता लिहितो असे कधी घडलेच नाही. मला ते पटत नाही, भूमिका लक्षात ठेवून कविता लिहिली की ती घोषणा होते. स्लोगन होते. कविता बिघडते.

खरे म्हणजे ज्याला जसे आयुष्य भोगावे लागते तसा त्याच्या कवितेचा रंग असतो. तशी त्याची बरीवाईट भूमिकाही असते. आणखी खोलात शिरलो तर प्रत्येक

शब्द हा भूमिकाच घेऊन जन्मलेला असतो. नाहीतर ती निरर्थक बडबड होईल. जगातील उत्कृष्ट कलावंतांनी आपली भूमिका कधीच झाकलेली नाही. शिवाय **प्रत्येक चांगली कलाकृती ही त्या त्या युगाची भूमिकाच असते.**

म्हणून मनुष्य (ह्यात कवीही आलाच) भूमिका घेऊन जगत असतो. भूमिकाविरहित अशी कुठलीच गोष्ट नसते. शिवाय स्वतःचा 'चेहरा हरवलेले' कृत्रिम युगही मराठी साहित्यात मगेच येऊन गेले. परंतु अशांचीही एक भूमिका होतीच.

तरीही कवी मनात भूमिका वागवूनच लिहितो असे म्हणण्याचे धाडस मला तरी करता येणार नाही. असा स्वानुभवही नाही.

माणसाविषयी आणि माणसासाठीच लिहिणारे आपण आहोत ही भूमिका मी कधीही विसरत नाही. ह्या कोट्यवधी लोकांपासून स्वतःची नाळ कापून मी अलग होऊ इच्छीत नाही. हेच लोक माझ्या रचनेचे विषय आहेत. स्वतः जगताना जे बरेवाईट अनुभव येतात त्यांचा सजीव आविष्कार, त्यातील संघर्ष, वैश्विक अनुभव ह्यांचे जर जिवंत, कलात्मक आणि यथार्थपणे चित्रण मला करता आले तरी पुष्कळच झाले. **म्हणून संघर्ष करीत, पाय घट्ट रोवून उभा राहा, 'भागो नहीं बदलो!' असे अनुभवानेच मला शिकविले आहे.** माझी भूमिकाच सांगायची झाली तर ही. नाहीतरी उगीच फालतू वटवट करण्यात अर्थ तरी काय?

४. कविता लिहिण्यापूर्वी खास ठळक, स्पष्ट असे चित्र माझ्या डोळ्यांपुढे नसते. बरीच अस्पष्टता जाणवते. बराचसा मी अस्पष्टच असतो. एक धागा, एक सूत्र मनाच्या कोपऱ्यात सलत असते. बीज म्हणाल तर तेच. हा अबोल सल मला स्वस्थ बसू देत नाही. सलत राहातो आणि मी मनातल्या मनात धुमसत राहातो. शब्द येत नाहीत; ते फार दमवतात मला आणि ज्या पद्धतीने (शब्दांत) ती कविता व्यक्त होऊ इच्छिते ती मला आवडत नाही. काहीतरी अपूर्ण राहिले आहे हे सतत जाणवत राहाते. असे अनेक दिवस निघून जातात. आतल्या आत ही भावना संस्कारित होत असते. तिची पिंजण चालू असते. अनेक दिवस, महिनेसुद्धा हे बीज लसलसत राहाते. जोवर कवितेचा आवाज, खरा स्वर सापडत नाही तोवर हे असेच चालते. एकाच बैठकीत बसून कविता पूर्ण करणे मला अद्यापही जमत नाही. अनेक बैठकी होतात. नाहीतरी भाराभर ओळी काय कामाच्या? असा विचारही दर क्षणी माझ्या डोक्यात घोळत राहतोच. कविता लिहिणे ही सोपी व सहजसाध्य गोष्ट आहे असे मला कधीच वाटले

नाही. ती असाध्य व कष्टसाध्यच गोष्ट आहे. अर्थात शब्द मला माहीत नसतात असे नव्हे. शब्द मला गौण वाटतात. अनुभवाची कविता होते; निव्वळ शब्दांची झाली तर ती दिवाळीतल्या दारूकामाची शोभा ठरेल.

पुढे मग हळूहळू आकार येत जातो. परंतु त्याचे निश्चित रूप काय असते हे मलाही कळत नाही. जिथे मलाच प्रामाणिकपणे थांबावेसे वाटते तिथेच मी थांबतो.

एक विचार, एक भावना अथवा एखादे चित्र सर्वार्थाने पूर्ण झाले की माझे काम संपले. थोडक्यात सांगावयाचे झाल्यास मी कवितेला कवितेच्या तोलाने जाऊ देतो. अकारण स्वतःची अडगळ मध्ये कशाला?

शिवाय कविता लिहिताना अनेक मोहही होतात. शब्दांचा मोह, प्रतिमांचा मोह, असंख्य कल्पनांचा मोह, हे सर्व मोह टाळून स्वतःची अशी निवड करावी लागते. छाटाछाट करावी लागते. नाही तर कवितेवर सूज चढते.

केव्हा केव्हा मी अतिशय हताश होतो. आपणाला कविता करताच येणार नाही असे वाटत राहते. उत्तम कविता शेकडो योजने दूर आहे असे जाणवत राहते. मग मी खिन्न होतो. ही कबुली द्यायला मला लाज वाटायचे कारण नाही. 'हा अट्टाहास बंद कर' असा मीच मला सल्ला देतो आणि गप्प राहातो.

५. कविता लिहिताना खास निवडक अशा शब्दांची निवड मी केव्हाच करीत नाही. शब्द लक्षात ठेवून कविता लिहिणे हा मला गुन्हा वाटतो. (अर्थात शब्द हेच माध्यम असतात हे मी नाकारीत नाही. शब्दांचे थोरपण मला माहीत आहे.) शब्दांनी सुजलेली कविता मी गेली काही वर्षे वाचतो आहे. ही लाट अनेकदा माझ्या मनावरून जाते; मी मात्र कोरडाच राहातो. असे का होते हा प्रश्नही मी अनेकदा स्वतःला विचारला आहे. पण हे असे आहे खरे. हा कवितेचा फेस आहे. तिची गर्जना, खोली, सूक्ष्मता अशा शब्दांत नसते. असे खटाराभर शब्द अद्यापही निर्माण करण्यात येत आहेत. ह्या निःसत्त्व शब्दांचे कौतुकही होते. ह्यामुळे मराठीत नवीन शब्दांची भर पडेल, कदाचित शब्दकोश संपन्न होतील, परंतु कविता संपन्न व्हायला हवी त्याचे काय? आज कैक शतके मराठी भाषेला अर्थपूर्ण शब्द तुकारामच पुरवतो आहे, हेही केवढे मोठे आश्चर्य आहे! तुकारामाचा एक समर्थ शब्द लक्षावधी लोकांना प्रेरणा देतो, परंतु सध्याचे लक्षावधी शब्द एकाही माणसाला हलवू शकत नाहीत असे का?

म्हणून असे गुलगुलीत (गुळगुळीतही) निःसत्त्व शब्द सुखासीन वर्गाच्या छानछोकीसारखे 'नादमयी' स्वरूपात वावरतात. ते क्वचित मला मोहवतातही. परंतु अभिजात कवितेसाठी भुकेल्या माणसाची गरज ते भागवू शकणार नाहीत. म्हणून कवितेत वापरलेले शब्द कवितेचा मूळ आत्मा प्रकट करू शकले नाहीत तर उपयोगाचे काय? असे शब्द मला प्रत्ययकारी अनुभव देऊच शकत नाहीत.

मात्र 'मजूर' हा शब्द मी कटाक्षाने टाळतो. हा शब्द मला नेटीवासारखा मवाळ वाटतो. असे शब्द कटाक्षाने टाळताना ह्यामागे माझी राजकीय व सामाजिक भूमिकाही असते. त्याऐवजी मी माझ्याच लोकांच्या बोलीभाषेतले शब्द उचलतो. (हे नेहमी जमत नाही.) ते अधिक सामर्थ्यवान वाटतात. उदाहरणार्थ— 'आऱ्या'. सामान्य लोकांची भाषा हीच खरी कवितेची भाषा.

शिवाय आणखी एक महत्त्वाचे असे : कवी स्वतः आतून किती हादरला ह्यावरच भाषा व शब्द अवलंबून आहेत. 'हादरणे' हा अनुभव जर कवीला नसेल तर तो नुसते शब्दच वीत राहील ते सिंहिणीचे 'विणे' नसेल. दुसरेच काहीतरी असेल.

कवीला स्वतःला व्यक्त करण्यासाठी त्याला स्वतःची भाषा सापडणे आवश्यक असते. ही फार महत्त्वाची गोष्ट असते. तशी मला माझी स्वाभाविक भाषा सापडली किंवा नाही हेही सांगणे कठीण आहे. आणि म्हणून भाषेत (काव्याच्या) आपण खास काही केले आहे हेही सांगणे कठीणच वाटते.

प्रतिमा मात्र मी आजूबाजूच्या वातावरणातून व स्वतःच्या अनुभवातून उचलल्या आहेत. ज्या प्रतिमांतून बोलकेपणा असेल, सजीवता असेल आणि ज्या त्या कवितेच्या विकासाला जिवंत आकार देतील त्याच प्रतिमा मी निवडतो. माझे जग एवढे सजीव, निर्मितिक्षम व संपन्न आहे की ह्या जगात मला अफाट प्रतिमा दिसतात. उदाहरण म्हणून काही सांगता येतील :

भाकरीचा चंद्र शोधण्यातच जिंदगी बरबाद झाली (दोन दिवस)

कधी विचार असे येतात
जसे थकून यावेत तिसऱ्या पाळीचे कामगार घरात (विचार)

अथवा,

चुलाण्यात फटफटावे लाकूड तसा आत्मा चरफडू लागतो (मुंबई)

आयुष्य दिसायला पुस्तकाच्या कव्हरासारखे गोंडस गुटगुटीत बाळसेदार
आत खाटकाने हारीने मांडावीत सोललेली धडे असे ओळीवर टांगलेले उच्चार

(माझे विद्यापीठ)

अशा कितीतरी प्रतिमा मला सहजच सुचतात. आता ह्याच प्रतिमांची मला आवश्यकता का भासली तर 'गरज' असेच उत्तर द्यावे लागेल. गरज भासली की मनुष्य शोधायला लागतो. आणि ह्या प्रतिमा मला सापडल्या. त्या माझे म्हणणे जिवंतपणे व्यक्त करतात असे मला वाटते.

मुद्दाम प्रयोग केल्याचे मला स्मरत नाही. जी भावना प्रखर व उत्कटतेने ज्या ज्या स्वरूपात व्यक्त होऊ इच्छिते तशी तिला मी व्यक्त करतो. खरे म्हणजे मला अभिजात कविता हवी आहे. ती प्रयोग अथवा प्रतिमांद्वारे स्फुरलेली असो अथवा सहजोद्‌गारासारखी उत्स्फूर्त असो. ती जातिवंत कविता हवी. बस्स.

६. लयीचेही तेच. लयतत्त्वाचा मी फारसा कधी विचारच केला नाही. मी लिहीत जातो आणि लय येते असे वाटते. नसल्यास नसेलही. लयतत्त्वावरचे लेख मी वाचतो. ह्या शब्दबंबाळात मी स्वतःला गुरफटवू देत नाही. सौंदर्यशास्त्रे अथवा लयतत्त्वे वगैरे जे वादंग आहेत ते विद्वानांसाठी वाटतात. ह्या सर्वांपासून आपण दूर राहिलो तर फारसे बिघडेल असे मला कधीच वाटले नाही. समजावून घेण्याची प्रबळ इच्छा आहे. तूर्त ही चर्चा पंडित लोकांतच गुंतून आहे.

७. संपादकमान्य अथवा टीकाकारमान्य कविताच तेवढी चांगली असते असेच काही मला म्हणता येणार नाही. कित्येकदा असे होते की जी कविता संपादक अमान्य करतात तीच नेमकी टीकाकार उचलतात, व जी कविता टीकाकारांना आवडत नाही ती संपादकांना आवडूही शकते. चांगली कविता टीकाकारमान्य किंवा संपादकमान्य आहे किंवा नाही हे मला केव्हाही पाहावे लागत नाही. मला ती कविता चांगली वाटली म्हणजे झाले. अर्थातच ती का चांगली आहे हे सांगण्याचे कामही ओघाने आलेच. शिवाय प्रत्येक रसिकाचीही स्वतःची अशी आवड असू शकते हेही मान्य करायला हरकत नसावी.

दुसरीही एक गोष्ट अशी की, संपादक अथवा टीकाकारमान्य कवी महाराष्ट्रात आहेत. असे असूनही त्यांची कविता आपणाला आवडू शकत नाही किंवा शकली

नाही असेही कित्येकदा घडते. (अलीकडे बऱ्याच वेळा हाच अनुभव येतो.) तर मग कविता वाचणारा रसिकच अरसिक आहे असे म्हणणार काय? जो रसिक गेली कित्येक वर्षे आवर्जून कविता वाचतो आहे तो शिळा झाला असे मानून बाजूला सरकून जमेल काय? असेच जर असेल तर मधून मधून टीकाकारच, मराठी कविता आता तुंबली आहे अशी हाकाटी का करतात? हा घोटाळा नेमका कुठे आहे?

शिवाय एक नवा विचार कवितेत रूढावला जाईपर्यंत तो बहुधा संपादक वा टीकाकारमान्य होतोच असेही नाही. काही कालानंतर तोच विचार युगप्रवर्तक होतो असाही अनुभव नाही काय? मर्ढेकरांना सुरुवातीच्या काळात कसे फुफाट्यातून जावे लागले हा इतिहास ताजाच आहे. आणि तुकारामाचे काय? त्याला मान्यता द्यायला कोणीच नव्हता. तरीही गेली चारशे वर्षे तो घरोघरी वाचला जातोच आहे. जन्मापासून मरणापर्यंत त्याची कविता प्रत्येकाला सोबत करीतच आहे.

दुसरेही एक : केवळ काव्यवाचनाचाच परिणाम कवीवर होतो एवढेच खरे आहे काय? **कवी हा कोणी अवचित आकाशातून तुटलेला तारा नाही. त्याला भोवतालची परिस्थिती, त्याचे संस्कार, त्याची आंतरिक घालमेल ह्या गोष्टीही खूपशा प्रमाणात कारणीभूत असतात.**

ह्या ठिकाणी फ्रेंच राष्ट्रगीताची एक गोष्ट देतो. मला ती ऐकून माहीत होती. परंतु अधिकृतपणा यावा म्हणून माझे मित्र डॉ. सदा कऱ्हाडे ह्यांच्याकडून ती मला मूळ फ्रेंच भाषेतून अनुवादित करून मिळाली. ती अशीः

(फ्रान्सच्या राज्यक्रांतीच्या वेळची ही गोष्ट. स्त्रास्बूर्ग (strasbourg) येथे 'रूझे द लील' (Rouget De Lisle) या नावाचा एक तरुण अधिकारी होता. वेळोवेळी कविता लिहून तो स्वतःची करमणूक करून घेत असे. त्या कवितांना (गीतांना) तो स्वतःच्या संगीताची जोड देत असे. (म्हणजे आपल्या गीतांना चाली देत असे.) एके सायंकाळी स्त्रास्बूर्गच्या मेयरने त्याला जेवावयास बोलाविले. स्वाभाविकच त्यावेळी क्रांतीचे, फ्रान्सवरील संकटाचे आणि स्वातंत्र्यासाठी सर्व युरोपशी सुरू असलेल्या लढ्याविषयीचे बोलणे निघाले. देशभक्तीच्या भावनेने भारावलेला मेयर आपल्या पाहुण्याला म्हणाला, 'आपल्या सैन्यासाठी तू एखादे समरगीत का लिहीत नाहीस?' 'मी विचार करीन' असे त्या तरुण अधिकाऱ्याने उत्तर दिले.

घरी आल्यावर झोपायला जाण्याऐवजी 'रूझे द लील' कामास लागला.

(गीतरचनेची धडपड करू लागला.) रात्रभर त्याने खटपट केली. त्याने काहीतरी गीतरचना केली. लगेच तो उठला आणि खोलीतच येरझारा घालू लागला. जे नुकतेच लिहिले गेले ते गाऊ लागला. शेवटी थकल्यावर आरामखुर्चीतच झोपी गेली. जेव्हा तो उठला तेव्हा दिवस आधीच उजाडला होता. क्षणाचाही विलंब न लावता तो खाली आला, आणि मेयरच्या घरी धावत गेला. 'मी नुकतेच काही तरी लिहिले आहे. तुम्ही ऐकू इच्छिता का?' आल्याबरोबर तो मेयरला म्हणाला.

मेयर आणि त्याच्या कुटुंबातील मंडळी हॉलमध्ये जमली. कुटुंबातील एकाने पियानोवर 'रूझे द लील' ने लिहिलेले संगीत वाजवावयास सुरुवात केली. तो तरुण अधिकारी (रूझे द लील) उभा राहून गाऊ लागला—

Allons, enfansts de la patrie
Le jour de gloire est arrive!
(चला, मातृभूमीच्या सुपुत्रांनो, भाग्याचा दिवस आला.)

ते शब्द आणि संगीत इतके सुंदर आणि जिवंत होते की तिथे हजर असलेले सगळेच उभे राहिले आणि हे प्रसिद्ध कोरस गाऊ लागले—

Aux armes-citoyens! Formez Vos bataillon!
Marchons! Marchons!
(शस्त्रसिद्ध व्हा नागरिकांनो! सज्ज करा पथके तुमची!
पुढे चला! पुढे चला!)

लवकरच त्या गीताचा खेड्यापाड्यांतून, प्रांताप्रांतांतून प्रसार झाला.

ह्या गीताला 'ला मार्सेएझ' (La Marseillise) ने नाव पडण्याचे कारण असे : क्रांतिसैन्यात सामील होण्यासाठी मार्सेलहून अनेक तरुण पॅरिसला आले होते. मार्गात त्यांनी हे गीत म्हटले. हे क्रांतिगीत त्यावेळी नवीनच होते. ज्यांनी हे गीत ऐकले ते सर्व चैतन्याने (उत्साहाने) भारावले. खेड्यापाड्यांतून शहरांतून असंख्य तरुण ह्या पथकाला येऊन मिळाले. लवकरच संपूर्ण फ्रेंच सैन्य या गीताच्या ध्वनीने स्वातंत्र्यसिद्ध झाले. मार्सेलहून आलेल्या तरुणांच्या स्मरणार्थ या नव्या क्रांतिगीताला 'ला मार्सेएझ' हे नाव पडले.) (Modern French Course by Dondo, pp. 421-22)

अशी ह्या उत्स्फूर्त गीताची हकीकत, परंतु ह्या रचनेला मान्यता द्यायला तेव्हा संपादक व टीकाकार नव्हते हे त्या राष्ट्रगीताचे केवढे दुर्दैव! फक्त एक मेयर, त्याचे कुटुंब ह्यांनी ह्या गीताचे स्वागत केले. पुढे लाखो लोकांच्या कंठात ते खेळले. सव्वाशे वर्षे ह्या घटनेला झालीत. पुढे स्टीफन झ्वाईगने ह्या रचनेचा 'एका रात्रीची प्रतिभा' म्हणून गौरव केला.

आणि फ्रान्स देश हा जागतिक वाङ्मयातील एक कर्तृत्ववान देश म्हणतात.

८. कविता हाच कलाप्रकार मी का निवडतो ह्याचे उत्तर, हा कलाप्रकार मला अधिक प्रभावी वाटतो म्हणून. मी आणि माझे म्हणणे ह्या वाङ्मयप्रकारातून अलग होत नाही. इथे आम्ही एकत्र असतो. कथा, कादंबरी, नाटक ह्या कलाप्रकारांत लेखक तटस्थ असतो. निदान राहू शकतो. कलात्मक निवेदन हे त्याचे कार्य राहते. ही तटस्थता अथवा निवेदनात्मक भूमिका त्याला कसोशीने पाळावी लागते हे खरे. परंतु कवी आपल्या रचनेत इतका अलिप्त वा तटस्थ राहूच शकत नाही. तो एखादे वर्णनात्मक लिखाण तटस्थतेने करील, पण तितकेच. हीच तेवढी खरी कविता नव्हे. निसर्गचित्रे, बालगीते, वात्रटिका किंवा इतर तत्सम गोष्टी सांगता येतील. परंतु चांगली कविता ही त्याच्या मागे असलेल्या उद्ध्वस्त वा जिवंत मनाची मनोभूमिका असते. कवितेच्या मागे सतत जागृत मन असते. त्या मनाच्या घालमेली असतात. सध्याची कविता तर मुळी 'मी पासूनच सुरू होते. 'मी कोण', 'मीच असा का?' असाच प्रश्न विचारीत ती चालत असते. आणि हाच सरळ रोखठोक भाव मलाही व्यक्त करावासा वाटतो. मनाच्या जाणिवा जर तीव्रतेने व्यक्त करावयाच्या असतील तर मला कविताच प्रिय वाटते. **कवितेत मी माझ्याशी संवाद करतो, भांडण करतो, सांत्वन करतो, स्वतःला मोकळा करतो. आता हे सगळे अवघड आहे. कठीण आहे. मीही कातावतो. पण खरे समाधानही मला इथेच मिळते.**

आणखीही एक असे की, कविता हा वाङ्मयप्रकार काही ओळींचाच असला तरी त्या ओळी केव्हाही, कोणत्याही स्थळी मला स्फुरण देतात. माझ्या सुखदुःखात सामील होतात. त्यातील वेदना सतत त्या ओळी तोंडावर असल्यामुळे मी मनाशी घोळवीत राहून त्या वेदना कालांतराने माझ्या करून घेतो. कवितेची एखादी ओळ ही कितीतरी दिवस माझ्या डोक्यात रुजून राहते. कुसुमाग्रजांच्या 'गर्जा जयजयकार'ह्या काव्याने अनेक वेळा मला थरारून सोडले आहे. 'एकच तारा समोर आणिक पायतळी

अंगार' ह्या व अशासारख्याच ओळींनी मला आजही चैतन्य मिळते. जगायचीही सक्ती आहे । मरायचीही सक्ती आहे' असे ठणकावून सांगणारे मर्ढेकर मला हलवतात. अशा कितीतरी कवींच्या ओळी मला सांगता येतील. ही ताकद फक्त कवितेतच आहे.

आणि जाणिवा ह्या सतत वाढत राहतात, बदलतही असतात. त्यांची तीव्रताही कमी अधिक होऊ शकते, वाढतही असते. परंतु ह्या सर्व जाणिवा कवितेतून व्यक्त होतातच असे नाही. हे अशक्यही वाटते. मग त्यासाठी मी कादंबरी हा कलाप्रकार का निवडीत नाही? खरे म्हणजे हा ज्याच्या त्याच्या कुवतीचा प्रश्न आहे. माझी ताकद असली तर मी हेही वाङ्मयप्रकार हाताळीन; परंतु त्यासाठी 'जाणिवा व्यक्त करण्यासाठी हे माध्यम अपुरे पडते' हे वाक्य कटाक्षाने टाळीन; म्हणून त्यासाठी मी उत्स्फूर्त जाणिवा जसे रूप घेऊ इच्छितील त्या त्या लहानमोठ्या स्वरूपात व्यक्तवीन. कदाचित खंडकाव्याचाही आधार घेईन. सबंध जीवनाचे चित्रण कादंबरी (नाटकही) करते, परंतु जीवनावरचे भाष्य कविताच करते.

म्हणून जी जाणीव म्हणतात ती कवीची कविताच अधिक प्रभावीपणे व्यक्त करू शकते. कवी हा संवेदनाशील, एकाग्र व थोड्या शब्दांत खूप खोल अर्थ व्यक्तवणारा असतो. त्याचे वस्तुनिष्ठ चिंतन आणि गुणानुरूप अभिव्यक्ती हाच द्रष्टेपणाच्या जवळ नेणारा पूल असतो.

तेव्हा जाणिवाही संपत नाहीत आणि मग कविताही संपत नाही. फार तर कवी काळाच्या आड होतो. त्याची कलाकृती मात्र चिरंतन राहते. पुढे त्याचा ध्वज उचलून ह्या अभिजात कवितेच्या वाटा विचारीत दुसरा कवी पुढे जातो. जगाच्या आरंभापासून कोणत्याही क्षेत्रात हाच क्रम चालू आहे. पुढेही तो चालू राहील. कोणी कुणासाठी थांबत नाही. फक्त आपण आणि आपले विचार ह्यांनी त्याच्या स्वागतासाठी जमलाच तर एखादा खडबडीत रस्ता जरी खोदून ठेवला तरी पुरे आहे.

तेव्हा जाणिवा व्यक्त करता येत नाहीत म्हणून इतर वाङ्मयप्रकारांकडे वळलो असे म्हणणे मला जरी धोक्याचे वाटते. ह्या म्हणण्याला आधार काय? कविता आणि गद्य लिखाण हे दोन मित्र वाङ्मयप्रकार आहेत. त्यांची परिमाणे निराळी आहेत. सर्वच निराळे आहे. शिवाय काव्याचाच वापर इतरही वाङ्मयप्रकारांवर आज शेकडो वर्षे होतोच आहे. काव्यमय शैलीतील सर्व गद्य लिखाण काय दर्शविते?

ह्या सर्वच वाङ्मयप्रकारांपासून कविता कधीच अलग झालेली नाही. किंबहुना ती इतर गद्य लिखाणाच्या एक पाऊल पुढेच असते. इतकेच नव्हे, जगातील कोणत्याही जाणिवा सर्वप्रथम कवितेतच व्यक्त होतात हे महान् सत्य लक्षात घ्यायला हवे.

तेव्हा माझा आक्षेप 'जाणिवा व्यक्त होत नाहीत' ह्या वाक्यावर आहे. हे वाक्य वगळले की मग माझे म्हणणे काही नाही. ज्ञानेश्वर, तुकाराम, केशवसुत, मर्ढेकर, पु. शि. रेगे किंवा मुक्तिबोध ह्यांच्या कवितेत अथवा काव्यटीकेत कुठेही हा सूर नाही हेही नवलच नाही काय?

आता कवींनी काहीही लिहावे. त्याने कविताच लिहायला हवी असेच मला म्हणायचे नाही. कथा लिहा. नाटके, कादंबऱ्या लिहा. वाटेल ते लिहा. कविता तुम्हाला कुठेच अडवणार नाही. जगभर काव्य लिहिणारे कवी आहेत आणि कविता लिहीत असतानाच इतर वाङ्मयप्रकार यशस्वीपणे हाताळणारेही कवी आहेत. परंतु ह्या सर्वांनी, जाणिवा व्यक्त होत नाहीत म्हणून इतर वाङ्मयप्रकारांकडे वळलो असा दावा केल्याचे ऐकिवात नाही.

कदाचित मीही उद्या एखादा दुसरा वाङ्मयप्रकार हाताळीन. परंतु त्यासाठी 'जाणिवांचे' लटके नाटक करणार नाही. त्याची गरजच काय?

९. दैनिक ही जनतेच्या शिक्षणाची साधने आहेत. म्हणून त्यांनी साहित्याकडे पाहण्याचा निरोगी दृष्टिकोन वाचकाला द्यायला हवा. तशी चर्चा अथवा समीक्षणे नीट करून घ्यायला हवीत. साहित्याविषयी संपादकीय अग्रलेख अथवा स्फुटे जितकी जाणीवपूर्वक व जबाबदारीने लिहिली जातात तितकीच, किंबहुना अधिक सडेतोड परीक्षणेही द्यायला हवीत. कारण लाखो वाचकांपर्यंत चांगले विचार व चांगले पुस्तक पोचविण्याचे दैनिक हेच महत्त्वाचे साधन असते. (सत्यकथा, आलोचना ह्या मासिकांतून लिहिली जाणारी सडेतोड समीक्षा किंवा जुन्या विविधज्ञानविस्तारात येणारी समीक्षणे आजही उद्बोधक वाटतात.)

चांगली समीक्षणे ही अलीकडे दुर्मिळच झालेली आहेत. सर्जनशील समीक्षा बव्हंशी कमीच. मर्ढेकरांचे 'सौंदर्य आणि सहित्य', शरच्चंद्र मुक्तिबोधांचे 'काही निबंध', पु. शि. रेगे ह्यांचे 'छांदसी' व दि. के. बेडेकर ह्यांचे 'साहित्य : निर्मिती व समीक्षा' ही चार स्वतंत्रपणे आधुनिक मराठी कवितेची चर्चा करणारी पुस्तके आजही मोलाची वाटतात. तरीही आजची मराठी कविता त्याच्याही पुढचे वळण घेत आहे.

तिची नेमकी वळणे आजचा टीकाकार दाखवीत आहे असे वाटत नाही.

म्हणून कवितेवरची जी समीक्षपणे वाचनात येतात त्यात खालील दिलेले दोष आढळतातः

१. समीक्षक कवितेचा खोलवर मागोवा घेत गेला आहे असे क्वचितच आढळते. मग त्याला कवीचा अनुभव कृत्रिम तरी वाटतो किंवा प्रचारी तरी.

२. अकारण एखादा कवी पुढे करून तुलना करण्याचा भलताच सोस.

३. कवितेच्या मूळ अंतरात्म्याकडे न वळता इतर बाह्यांगांवरच चर्चा फार.

४. स्वतंत्रपणे एखादा कवी घेऊन त्याच्या कवितेतील सर्व अंतरंगे उलगडून दाखविणारी टीका कमीच.

म्हणून निरोगी टीका आवश्यक आहे. त्यासाठी पूर्वग्रह दूर ठेवले पाहिजेत — कवीबाबत आणि कवितेबाबतही. त्यामुळे कवितेलाच नव्हे, इतर सर्व वाङ्मयप्रकारांनाही न्याय मिळेल.

माझ्या कवितेच्या संबंधात वाचकांच्या प्रतिक्रिया 'चांगल्या' अशा शब्दात आहेत. म्हणून बिचकतो मी. विशेषतः माझ्या बाबतीत हा धोका जास्तच जाणवतो. वेगवेगळ्या कारणांनी 'उत्तम' हा शब्द माझ्यासाठी आलेला असतो. (उदाहरणार्थ, कमी शिकलेला, कामगार, इत्यादी.) तेव्हा ह्यातील नेमकी सच्ची प्रतिक्रिया कोणती हे हेरणे मला जडच जाते. तरीही काही प्रामाणिक व उत्कट प्रतिक्रियांचा मी आदरही करतो. मी समीक्षकांचा व काव्यवाचकांचा आभारी आहे. परंतु वर दर्शविलेली अंगे टाकून कवितेकडे पाहावे असे मला प्रामाणिकपणे वाटते.

कवी कोणत्या वर्गाचा आहे हा गौण भाग आहे. मी कामगारवर्गातील असूनही मी असे सांगत आहे. कारण त्यामुळे कवितेला न्याय मिळत नाही. निव्वळ आगंतुक पुटे व भ्रम पसरत जातात. तलवारीला प्रथम महत्त्व असते. म्हणून कविता कशी आहे, तिच्यात अभिजात गुण आहेत किंवा नाहीत हा विचार प्रथम लक्षात ठेवायला हवा.

अर्थात कलेच्या वर्गीय लक्षणाच मी नाकारतो आहे असा ह्याचा अर्थ नव्हे. प्रत्येक युगाला वर्गीय भूमिका होतीच. त्या त्या काळाची कला त्या त्या युगाचा इतिहासच सांगते. तसे म्हटले तर आजही भाकरीच्या प्रश्नातून (ह्यात इतर स्वातंत्र्येही आलीच) मुक्त होऊ इच्छिणारे व भाकरीच्या प्रश्नातून मुक्त झालेले असे सरळ सरळ

कवींचे वर्गही दिसतातच की नाही? मराठी कवितेतही ते आहेत. तरीही भाकरीचीच समस्या तेवढी खरी नाही. तर त्याली पलीकडे खूप गोष्टी आहेतच. उरतातच.

तेव्हा मुख्य मुद्दा हा नाही. कवितेला न्याय मिळावा हा आहे.

मी ज्या वर्गात राहतो, त्या वर्गाला आज तरी सध्या लिहिल्या जात असलेल्या काव्याची गोडी नाही. काही अपवादही आढळतात. हा वर्ग अक्षरशत्रू आहे किंवा त्याला काव्य कळतच नाही, एवढेच खरे नव्हे. कामगारवर्गातला (शेतकरीही) नवा शिक्षित तरुण पुढे येतो आहे. तो इतर वाङ्मयही वाचतो. क्रमिक पुस्तकातील कविताही पास होण्यापुरती का होईना, वाचतो आहे. परंतु त्याला काव्याची गोडी नाही. ह्याची कारणे काय असावीत ह्याचाही विद्वानांकडून विचार होत नाही. त्यांनी फक्त ठोकळ अंदाजच बसवलेले दिसतात. तेवढेच ते खरे वाटत नाहीत.

माझ्या समजुतीने मराठी कवितेत पंडित कवींचा कालखंड सुरू होतो आणि बहुजनसमाज कवितेपासून अलग होतात दिसतो. संत आणि शाहिरी परंपरा तेवढीच तो आजही उराशी बाळगून आहे. त्याला केशवसुत, बालकवी, गडकरी, तांबे इत्यादी कवी माहीत नाहीत. (अपवाद लक्षात घ्यावेत.) मी राहतो त्या चाळीत शाहिरी वाङ्मयाची आवड आहे, इतकेच नव्हे तर भेदिक लावण्या लिहिणारी मंडळी आहेत. त्यांच्याकडली आध्यात्मिक बाडे (काव्ये) मी वाचली आहेत. ही मंडळी स्वतः कवने रचतात. खेड्यापाड्यातून अथवा इथल्या चाळीच्या पटांगणात शेकडो लोकांसमोर स्वतःच रचलेली लावणी गातात. एकमेकांना आव्हाने देतात. कित्येक कव्वाल, झगडे लिहिणारे, भेदिक लावणीकार, भारुडे रचणारे, शाहीर, कलापथके अशी कितीतरी मंडळी ह्या क्षेत्रात हरघडी निरपेक्षपणे वावरत असतात. चालू काळाला पोषक किंवा आध्यात्मिक तत्त्वज्ञान मनोरंजक रीतीने मांडून लोकप्रिय करणे हा त्यांचा सततचा उद्योग असतो. विशेष म्हणजे हा सर्व कवितेचाच भाग आहे. ह्यांच्यात कित्येकदा अभिजात मौलिक गुणही आढळतात. साहित्य परिषद ह्या मंडळींचा शोध का घेत नाही ह्याचे मला आश्चर्य वाटते. बहुजनसमाजातील खरे प्रतिभावंत ह्यांच्यातच आहेत. हे थोडेसे विषयांतर झाले आहे. तरीही ते मला आवश्यक वाटले म्हणून ही नोंद करीत आहे. ह्यातलेच कित्येक रसिक माझेही काव्य वाचतात. कधी ते मला चापतातही. त्यांचे म्हणणे पटले तर मी ऐकतोही; नाहीतर हसून पुढे होतो.

कवि-संमेलनाची प्रतिक्रिया ही गर्दीची प्रतिक्रिया असली तरी तीही कमी बोलकी नसते. पुष्कळदा ती फसवीही असू शकते. पण असे नेहमीच घडत नाही. दुसरेही असे की, खरोखरच मराठी कविता खूपशा प्रमाणात गर्दीत उतरली आहेच का? कवीच गर्दीपासून लांब असतात. त्यांना गर्दीची भीती वाटते. पण ह्या पृथ्वीच्या उपखंडात राहणारे आपण लोक हे गर्दीतच राहतो, वावरतो आणि एखाद्या दिवशी गर्दीतूनच, तुकोबाचा अभंग पुढे आणि आपण मागे असे स्मशानाकडे वळतो हे खरे नाही का? तेव्हा पाण्यातील खोली कळायची असेल तर पाण्यात उतरा. निव्वळ किनाऱ्यावर उभे राहून पाण्याच्या पातळीविषयी वायफळ तर्कवितर्क करण्यात काय हशील आहे?

थोडक्यात असेः

१. आजच्या मराठी कवितेची रसिकांपासून फारकत झालेली आहे. हे दोघेही समपातळीवर नाहीत.

२. कवी आणि त्याची कविता अहंगंडाने पछाडली आहे. रसिकांना ती मूर्ख समजते.

३. कवी केवळ उच्चभ्रू आणि बुद्धिवादी लोकांचेच वाटतात. त्यामुळे बाकीचा वाचक हा कवितेपासून आहे.

उदाहरणार्थ—वाचनालयातील कवितांच्या पुस्तकांवरची वाचकांची नोंद पाहावी.

ही व अशा तऱ्हेची प्रतिक्रिया इतरत्र रोज चर्चिली जाते. त्यावर वादंग आणि धुळवडही उडत राहते. मूळ प्रश्न उरतो तो रसिक आणि कवी ह्यांचा सांधा जुळण्याचा. ह्या बाबतीत जसे कवींनाच सर्वस्वी जबाबदार धरता येणार नाही तसेच रसिकांनाही धरता येणार नाही. मूळ प्रश्न ह्याला कोण जबाबदार हा नसून ह्यातून मार्ग शोधण्याचा आहे. शिवाय वीस वर्षांपूर्वीचा आजचा वाचक नाही. तो संथ गतीने का होईना वाढतो आहे, चोखंदळही होतो आहे. नवे प्रयोग हौसेने पाहणाराही आहे. मर्ढेकरांच्या वाट्याला जे दुर्दैव आड आले होते, आपल्या वाट्याला तितकेसे आज नाहीच असे वाटते.

लोकांपर्यंत कविता पोचण्याचे अनेक मार्ग आहेत. त्यांतील अडचणींचाही विचार व्हावा. पण अडचणींवर मात करतो तो पुढे जातो म्हणतात. आपल्यालाही यातून

रस्ता सापडेल. व्यक्तिशः कवींना ह्यात किती रस वाटतो हा महत्त्वाचा प्रश्न आहे. लोक जर इतर कलाप्रकारांना आश्रय देतात, जगवतात तर आपल्याला निश्चित जगवतील. नाहीतर कविता कुणासाठी आहे हा प्रश्न राहतोच. लोकच वगळले तर कवितेत काहीच उरणार नाही.

काव्यसमीक्षेत कवींनी आपले विचार अवश्य मांडावेत. समीक्षेच्या विकासाला त्यामुळे निश्चित हातभार लागेल. मराठीतही नामवंत कवींनी काव्यचिकित्सा केलेली आढळते. खुद्द कवी तांबे ह्यांचा पत्रव्यवहारही ह्या बाबतीत पाहण्यासारखा आहे. अगदी अलीकडच्या कवींत, विशेषतः मर्ढेकर, मुक्तिबोध, अनिल, पु. शि. रेगे किंवा विंदा करंदीकर, दिलीप चित्रे ह्यांचीही समीक्षणे लक्षात घेण्याजोगी आहेत. ही समीक्षा मराठी कवितेचे अंतरंग, (ह्यात काही अमराठी भाषेची समीक्षणेही) तिची गती व तिचा विकास अथवा काही प्रश्न उभी करते. एक सर्जनशील कलावंत जेव्हा आपल्या सर्जनशील प्रक्रिया सांगतो किंवा आपल्यावरून इतरांच्या प्रक्रियांची आच जितकी त्याला असते तीतच सर्वांत जास्त वास्तवता असू शकते.

मर्ढेकर उत्कृष्ट समीक्षकही होते व उत्कृष्ट कवीही होते. पु.शि. रेगे किंवा मुक्तिबोध हेही प्रतिभावंत कवी व समीक्षक आहेतच. ह्यांच्या समीक्षेतले विचार आजही उपयुक्त आहेत. उलट, अगदी ह्या घडीला, मर्ढेकरांच्या वाटेने मराठी समीक्षा का गेली नाही म्हणून परिसंवादही होतात. त्यावरची पायघोळ चर्चा मात्र अर्थशून्य वाटते, हा भाग वेगळाच.

म्हणून मला सतत वाटत राहते की आपण जीवनातील रोजच्या संघर्षाकडे वळू या. तिथली प्रचंड उलाढाल पाहू या. भोगू या. अनुभव गोळा करू या. थोडेसे अंगावरचे कातडे शेकले तर हरकत नाही. हलगी शेकवावीच लागते. नाही तर खरा स्वर बाहेर येत नाही. सापडली तर जातिवंत कलाकृती ह्याच धुमाळीत सापडेल. आपण काय 'कवी' आहोत हाच अकारण भ्रम ठेवला तर शब्दच सापडतील; अभिजात कविता सापडणार नाही. म्हणून आपण जिवंत अनुभवाकडे वळू या; जातिवंत कवितेच्या शोधाकडे चलू या.

ता. क. :

मराठवाडा साहित्य परिषदेच्या 'प्रतिष्ठान' या नियतकालिकाने आयोजित केलेल्या 'मराठी कविता आणि आजचे कवी' (डिसेंबर १९६६) या परिसंवादाकरिता

प्रश्नोत्तरात्मक रूपात हा लेख मी लिहिला होता. प्रस्तुत लेख 'माझे विद्यापीठ' या दुसऱ्या काव्यसंग्रहात अवश्य समाविष्ट करावा असा आग्रह प्रा. वा. ल. कुळकर्णी, प्रा. श्री. पु. भागवत व श्री. रामदास भटकळ ह्या सुहृदांनी केला होता. परंतु तेव्हा तो त्या संग्रहात समाविष्ट करू शकलो नाही.

लेख लिहिल्याला दहा वर्षे होत आहेत आणि आजही हा लेख मला पूर्वीइतकाच महत्त्वाचा वाटतो. यातील चर्चेचे पाणी आता ओसरले असले तरीही काही मूलभूत मुद्यांना महत्त्व राहतेच. म्हणून हा लेख थोडासा हेरफेर करून परंतु धक्का न लागेल अशी काळजी घेऊन, पुनर्मुद्रित करीत आहे.

दि. १५ ऑगस्ट १९७५ —**नारायण सुर्वे**
मुंबई